TRANZLATY

Language is for everyone

Tungumál er fyrir alla

Aladdin and the Wonderful Lamp

Aladdín og Dásamlegi Lampinn

Antoine Galland

English / Íslenska

Copyright © 2025 Tranzlaty
All rights reserved
Published by Tranzlaty
ISBN: 978-1-83566-924-2
Original text by Antoine Galland
From *"Les mille et une nuits"*
First published in French in 1704
Taken from The Blue Fairy Book
Collected and translated by Andrew Lang
www.tranzlaty.com

Once upon a time there lived a poor tailor
Einu sinni bjó fátækur klæðskeri
this poor tailor had a son called Aladdin
þessi vesalings klæðskeri átti son sem hét Aladdín
Aladdin was a careless, idle boy who did nothing
Aladdin var kærulaus, aðgerðalaus drengur sem gerði ekkert
although, he did like to play ball all day long
þó, honum fannst gaman að spila bolta allan daginn
this he did in the streets with other little idle boys
þetta gerði hann á götum úti með öðrum litlum aðgerðalausum strákum
This so grieved the father that he died
Þetta hryggði föðurinn svo að hann dó
his mother cried and prayed, but nothing helped
móðir hans grét og bað, en ekkert hjálpaði
despite her pleading, Aladdin did not mend his ways
Þrátt fyrir að biðja hana, lagaði Aladdín ekki breytni sína
One day, Aladdin was playing in the streets, as usual
Einn daginn var Aladdin að leika sér á götunum eins og venjulega
a stranger asked him his age
ókunnugur maður spurði hann um aldur
and he asked him, "are you not the son of Mustapha the tailor?"
og hann spurði hann: "Ert þú ekki sonur Mustapha klæðskera?"
"I am the son of Mustapha, sir," replied Aladdin
"Ég er sonur Mustapha, herra," svaraði Aladdín
"but he died a long time ago"
"en hann dó fyrir löngu síðan"
the stranger was a famous African magician
útlendingurinn var frægur afrískur töframaður
and he fell on his neck and kissed him
og hann féll um háls honum og kyssti hann
"I am your uncle," said the magician
"Ég er frændi þinn," sagði töframaðurinn
"I knew you from your likeness to my brother"

"Ég þekkti þig af líkingu þinni við bróður minn"
"Go to your mother and tell her I am coming"
"Farðu til móður þinnar og segðu henni að ég komi"
Aladdin ran home and told his mother of his newly found uncle
Aladdin hljóp heim og sagði móður sinni frá nýfundnum frænda sínum
"Indeed, child," she said, "your father had a brother"
„Sannlega, barn," sagði hún, „faðir þinn átti bróður"
"but I always thought he was dead"
"en ég hélt alltaf að hann væri dáinn"
However, she prepared supper for the visitor
Hún útbjó þó kvöldverð fyrir gestinn
and she bade Aladdin to seek his uncle
og hún bað Aladdín að leita til frænda síns
Aladdin's uncle came laden with wine and fruit
Frændi Aladdíns kom hlaðinn víni og ávöxtum
He fell down and kissed the place where Mustapha used to sit
Hann féll niður og kyssti staðinn þar sem Mustapha sat
and he bid Aladdin's mother not to be surprised
og hann bauð móður Aladdíns að vera ekki hissa
he explained he had been out of the country for forty years
hann útskýrði að hann hefði verið úr landi í fjörutíu ár
He then turned to Aladdin and asked him his trade
Hann sneri sér þá til Aladdíns og spurði hann um viðskipti sín
but the boy hung his head in shame
en drengurinn hengdi höfuðið af skömm
and his mother burst into tears
og móðir hans brast í grát
so Aladdin's uncle offered to provide food
þannig að frændi Aladdíns bauðst til að útvega mat
The next day he bought Aladdin a fine set of clothes
Daginn eftir keypti hann Aladdin fínt sett af fötum
and he took him all over the city
og hann fór með hann um alla borgina
he showed him the sights of the city

hann sýndi honum markið í borginni
at nightfall he brought him home to his mother
um kvöldið kom hann með hann heim til móður sinnar
his mother was overjoyed to see her son so well dressed
móðir hans var mjög glöð að sjá son sinn svona vel klæddan
The next day the magician led Aladdin into some beautiful gardens
Daginn eftir leiddi töframaðurinn Aladdin inn í nokkra fallega garða
this was a long way outside the city gates
þetta var langt fyrir utan borgarhliðin
They sat down by a fountain
Þeir settust við gosbrunn
and the magician pulled a cake from his girdle
og töframaðurinn dró köku úr belti sínu
he divided the cake between the two of them
hann skipti kökunni á milli þeirra tveggja
Then they journeyed onward till they almost reached the mountains
Síðan héldu þeir áfram þangað til þeir voru næstum komnir á fjöllin
Aladdin was so tired that he begged to go back
Aladdin var svo þreyttur að hann bað um að fara aftur
but the magician beguiled him with pleasant stories
en galdramaðurinn tældi hann með skemmtilegum sögum
and he led him on in spite of his laziness
og leiddi hann áfram þrátt fyrir leti hans
At last they came to two mountains
Loks komu þeir að tveimur fjöllum
the two mountains were divided by a narrow valley
fjöllin tvö skiptust með þröngum dal
"We will go no farther," said the false uncle
"Við förum ekki lengra," sagði falsfrændi
"I will show you something wonderful"
„Ég skal sýna þér eitthvað dásamlegt"
"gather up sticks, while I kindle a fire"
"safnaðu prikum, meðan ég kveiki eld"

When the fire was lit the magician threw a powder on it
Þegar kveikt var í eldinum kastaði töframaðurinn dufti á hann
and he said some magical words
og hann sagði nokkur töfraorð
The earth trembled a little and opened in front of them
Jörðin skalf dálítið og opnaðist fyrir þeim
a square flat stone revealed itself
ferkantaður flatur steinn opinberaði sig
and in the middle of the stone was a brass ring
og í miðjum steininum var eirhringur
Aladdin tried to run away
Aladdin reyndi að flýja
but the magician caught him
en töframaðurinn náði honum
and gave him a blow that knocked him down
og veitti honum högg sem felldi hann
"What have I done, uncle?" he said, piteously
"Hvað hef ég gert, frændi?" sagði hann, aumkunarverður
the magician said more kindly, "Fear nothing, but obey me"
töframaðurinn sagði vingjarnlegri: "Óttist ekkert, en hlýðið mér"
"Beneath this stone lies a treasure which is to be yours"
"Undir þessum steini er fjársjóður sem á að vera þinn"
"and no one else may touch this treasure"
"og enginn annar má snerta þennan fjársjóð"
"so you must do exactly as I tell you"
"Þannig að þú verður að gera nákvæmlega eins og ég segi þér"
At the mention of treasure Aladdin forgot his fears
Þegar minnst var á fjársjóðinn gleymdi Aladdin ótta sínum
he grasped the ring as he was told
hann greip um hringinn eins og honum var sagt
and he said the names of his father and grandfather
og hann sagði nöfn föður síns og afa
The stone came up quite easily
Steinninn komst nokkuð auðveldlega upp
and some steps appeared in front of them
og nokkrar tröppur birtust fyrir framan þá

"Go down," said the magician
"Farðu niður," sagði töframaðurinn
"at the foot of those steps you will find an open door"
"við rætur þessara þrepa muntu finna opnar dyr"
"the door leads into three large halls"
"hurðin leiðir inn í þrjá stóra sali"
"Tuck up your gown and go through the halls"
„Taktu sloppinn þinn og farðu í gegnum salina"
"make sure not to touch anything"
„passa að snerta ekki neitt"
"if you touch anything, you will instantly die"
"ef þú snertir eitthvað muntu deyja samstundis"
"These halls lead into a garden of fine fruit trees"
„Þessir salir leiða inn í garð með fínum ávaxtatrjám"
"Walk on until you reach a gap in the terrace"
„Gakktu áfram þar til þú nærð eyðu á veröndinni"
"there you will see a lighted lamp"
"þar muntu sjá tendan lampa"
"Pour out the oil of the lamp"
„Hellið olíunni á lampann"
"and then bring me the lamp"
"og færðu mér svo lampann"
He drew a ring from his finger and gave it to Aladdin
Hann dró hring af fingri sínum og gaf Aladdín hann
and he bid him to prosper
og hann bauð honum að dafna
Aladdin found everything as the magician had said
Aladdín fann allt eins og töframaðurinn hafði sagt
he gathered some fruit off the trees
hann safnaði nokkrum ávöxtum af trjánum
and, having got the lamp, he arrived at the mouth of the cave
Og er hann náði lampanum, kom hann að hellismunnanum
The magician cried out in a great hurry
Töframaðurinn hrópaði í miklum flýti
"Make haste and give me the lamp"
"Flýttu þér og gefðu mér lampann"
Aladdin refused to do this until he was out of the cave

Aladdin neitaði að gera þetta fyrr en hann var kominn út úr hellinum
The magician flew into a terrible rage
Töframaðurinn flaug í hræðilega reiði
he threw some more powder on to the fire
hann kastaði meira púðri á eldinn
and then he cast another magic spell
og svo lagði hann annan galdrastaf
and the stone rolled back into its place
og steinninn veltist aftur á sinn stað
The magician left Persia for ever
Töframaðurinn yfirgaf Persíu að eilífu
this plainly showed that he was no uncle of Aladdin's
þetta sýndi greinilega að hann var enginn frændi Aladdíns
what he really was was a cunning magician
það sem hann var í raun og veru var slægur töframaður
a magician who had read of a magic lamp
töframaður sem hafði lesið um töfralampa
a magic lamp which would make him the most powerful man in the world
töfralampa sem myndi gera hann að öflugasta manni í heimi
but he alone knew where to find the magic lamp
en hann einn vissi hvar galdralampann var að finna
and he could only receive the magic lamp from the hand of another
og hann gat aðeins tekið á móti töfralampanum frá hendi annars
He had picked out the foolish Aladdin for this purpose
Hann hafði valið út hinn heimska Aladdín í þessum tilgangi
he had intended to get the magical lamp and kill him afterwards
hann hafði ætlað að ná í töfralampann og drepa hann á eftir
For two days Aladdin remained in the dark
Í tvo daga var Aladdin í myrkrinu
he cried and lamented his situation
hann grét og harmaði aðstæður sínar
At last he clasped his hands in prayer

Loks tók hann saman hendurnar í bæn
and in so doing he rubbed the ring
og þar með nuddaði hann hringinn
the magician had forgotten to take the ring back from him
töframaðurinn hafði gleymt að taka hringinn aftur af honum
Immediately an enormous and frightful genie rose out of the earth
Strax reis gífurlegur og ógnvekjandi snillingur upp úr jörðinni
"What would thou have me do?"
"Hvað vilt þú að ég geri?"
"I am the Slave of the Ring"
"Ég er þræll hringsins"
"and I will obey thee in all things"
"og ég mun hlýða þér í öllu"
Aladdin fearlessly replied: "Deliver me from this place!"
Aladdin svaraði óttalaust: "Frelsaðu mig frá þessum stað!"
and the earth opened above him
og jörðin opnaðist yfir honum
and he found himself outside
og hann fann sig úti
As soon as his eyes could bear the light he went home
Um leið og augu hans gátu borið ljósið fór hann heim
but he fainted when he got there
en hann féll í yfirlið þegar hann kom þangað
When he came to himself he told his mother what had happened
Þegar hann kom til sjálfs sín sagði hann móður sinni hvað gerst hafði
and he showed her the lamp
og hann sýndi henni lampann
and he showed her the fruits he had gathered in the garden
og hann sýndi henni ávextina sem hann hafði safnað í garðinum
the fruits were, in reality, precious stones
ávextirnir voru í raun og veru eðalsteinar
He then asked for some food
Hann bað þá um mat

"Alas! child," she said
"Æ! barn," sagði hún
"I have no food in the house"
„Ég á engan mat í húsinu"
"but I have spun a little cotton"
"en ég hef spunnið smá bómull"
"and I will go and sell the cotton"
"og ég mun fara og selja bómullina"
Aladdin bade her keep her cotton
Aladdín bað hana að halda bómullinni sinni
he told her he would sell the magic lamp instead of the cotton
hann sagði henni að hann myndi selja töfralampann í stað bómullarinnar
As it was very dirty she began to rub the magic lamp
Þar sem það var mjög skítugt fór hún að nudda töfralampann
a clean magic lamp might fetch a higher price
hreinn töfralampi gæti fengið hærra verð
Instantly a hideous genie appeared
Samstundis birtist óhugnanlegur snillingur
he asked what she would like to have
hann spurði hvað hún vildi hafa
at the sight of the genie she fainted
við að sjá andann féll hún í yfirlið
but Aladdin, snatching the magic lamp, said boldly:
en Aladdín, sem hrifsaði töfralampann, sagði djarflega:
"Fetch me something to eat!"
"Sæktu mér eitthvað að borða!"
The genie returned with a silver bowl
Andinn kom aftur með silfurskál
he had twelve silver plates containing rich meats
hann átti tólf silfurdiska með ríkulegu kjöti
and he had two silver cups and two bottles of wine
og hann átti tvo silfurbikara og tvær vínflöskur
Aladdin's mother, when she came to herself, said:
Móðir Aladdíns, þegar hún kom til sjálfrar sín, sagði:
"Whence comes this splendid feast?"

"Hvaðan kemur þessi glæsilega veisla?"
**"Ask not where this food came from, but eat, mother,"
replied Aladdin**
"Spurðu ekki hvaðan þessi matur kom, heldur borðaðu, mamma," svaraði Aladdín
So they sat at breakfast till it was dinner-time
Svo sátu þeir við morgunmatinn þangað til kvöldmat var komið
and Aladdin told his mother about the magic lamp
og Aladdín sagði móður sinni frá töfralampanum
She begged him to sell the magic lamp
Hún bað hann að selja töfralampann
"let us have nothing to do with devils"
„Við skulum ekkert hafa með djöfla að gera"
but Aladdin had thought it would be wiser to use the magic lamp
en Aladdín hafði talið skynsamlegra að nota töfralampann
"chance hath made us aware of the magic lamp's virtues"
"tilviljun hefur gert okkur meðvituð um dyggðir töfralampans"
"we will use the magic lamp, and we will use the ring"
"við munum nota töfralampann og við munum nota hringinn"
"I shall always wear the ring on my finger"
„Ég mun alltaf vera með hringinn á fingrinum"
When they had eaten all the genie had brought, Aladdin sold one of the silver plates
Þegar þeir höfðu borðað allt sem andinn hafði komið með seldi Aladdin einn af silfurdiskunum
and when he needed money again he sold the next plate
og þegar hann vantaði peninga aftur seldi hann næsta disk
he did this until no plates were left
hann gerði þetta þar til engir diskar voru eftir
He then made another wish to the genie
Hann óskaði svo aftur til andans
and the genie gave him another set of plates
og andinn gaf honum annað sett af diskum
and in this way they lived for many years

og þannig lifðu þau í mörg ár
One day Aladdin heard an order from the Sultan
Dag einn heyrði Aladdín skipun frá sultaninum
everyone was to stay at home and close their shutters
allir áttu að vera heima og loka hlöðunum sínum
the Princess was going to and from her bath
prinsessan var að fara í og úr baði sínu
Aladdin was seized by a desire to see her face
Aladdin var gripin löngun til að sjá andlit hennar
although it was very difficult to see her face
þó það hafi verið mjög erfitt að sjá andlit hennar
because everywhere she went she wore a veil
því hvar sem hún fór var hún með blæju
He hid himself behind the door of the bath
Hann faldi sig bak við baðdyrnar
and he peeped through a chink in the door
og hann gægðist í gegnum rifu í hurðinni
The Princess lifted her veil as she went in to the bath
Prinsessan lyfti blæju sinni þegar hún fór í baðið
and she looked so beautiful that Aladdin instantly fell in love with her
og hún leit svo falleg út að Aladdin varð samstundis ástfanginn af henni
He went home so changed that his mother was frightened
Hann fór heim svo breyttur að móðir hans varð hrædd
He told her he loved the Princess so deeply that he could not live without her
Hann sagði henni að hann elskaði prinsessuna svo innilega að hann gæti ekki lifað án hennar
and he wanted to ask her in marriage of her father
og hann vildi biðja hana að giftast föður sínum
His mother, on hearing this, burst out laughing
Móðir hans, þegar hún heyrði þetta, sprakk úr hlátri
but Aladdin finally convinced her to go to the Sultan
en Aladdín sannfærði hana að lokum um að fara til Sultanans
and she was going to carry his request
og hún ætlaði að bera beiðni hans

She fetched a napkin and laid in it the magic fruits
Hún sótti servíettu og lagði í hana töfraávextina
the magic fruits from the enchanted garden
töfraávextirnir úr töfragarðinum
the fruits sparkled and shone like the most beautiful jewels
ávextirnir tindruðu og ljómuðu eins og fegurstu gimsteinar
She took the magic fruits with her to please the Sultan
Hún tók töfraávextina með sér til að þóknast sultaninum
and she set out, trusting in the lamp
og hún lagði af stað, treystandi á lampann
The Grand Vizier and the lords of council had just gone into the palace
Stórvezírinn og ráðsherrarnir voru nýfarnir inn í höllina
and she placed herself in front of the Sultan
og hún setti sig frammi fyrir Sultan
He, however, took no notice of her
Hann tók hins vegar ekkert mark á henni
She went every day for a week
Hún fór á hverjum degi í viku
and she stood in the same place
og hún stóð á sama stað
When the council broke up on the sixth day the Sultan said to his Vizier:
Þegar ráðið slitnaði á sjötta degi sagði sultaninn við vezír sinn:
"I see a certain woman in the audience-chamber every day"
„Ég sé ákveðna konu í salnum á hverjum degi"
"she is always carrying something in a napkin"
„hún er alltaf með eitthvað í servíettu"
"Call her to come to us, next time"
„Hringdu í hana til að koma til okkar næst"
"so that I may find out what she wants"
"svo að ég geti fundið út hvað hún vill"
Next day the Vizier gave her a sign
Næsta dag gaf vezírinn henni merki
she went up to the foot of the throne
hún gekk upp að hásætinu
and she remained kneeling till the Sultan spoke to her

og hún sat á kné þar til sultaninn talaði við hana
"Rise, good woman, tell me what you want"
„Rís upp, góða kona, segðu mér hvað þú vilt"
She hesitated, so the Sultan sent away all but the Vizier
Hún hikaði, svo sultaninn sendi alla burt nema vezírinn
and he bade her to speak frankly
og hann bað hana tala hreinskilnislega
and he promised to forgive her for anything she might say
og hann lofaði að fyrirgefa henni hvað sem hún gæti sagt
She then told him of her son's great love for the Princess
Hún sagði honum þá frá mikilli ást sonar síns á prinsessunni
"I prayed for him to forget her," she said
„Ég bað hann um að gleyma henni," sagði hún
"but my prayers were in vain"
"en bænir mínar voru til einskis"
"he threatened to do some desperate deed if I refused to go"
„hann hótaði að gera eitthvað örvæntingarfullt verk ef ég neitaði að fara"
"and so I ask your Majesty for the hand of the Princess"
"og þess vegna bið ég yðar hátign um hönd prinsessunnar"
"but now I pray you to forgive me"
"en nú bið ég þig að fyrirgefa mér"
"and I pray that you forgive my son Aladdin"
"og ég bið að þú fyrirgefir syni mínum Aladdín"
The Sultan asked her kindly what she had in the napkin
Sultan spurði hana vinsamlega hvað hún ætti í servíettu
so she unfolded the napkin
svo hún braut upp servíettuna
and she presented the jewels to the Sultan
og hún færði sultaninum skartgripina
He was thunderstruck by the beauty of the jewels
Fegurð skartgripanna varð honum þrumu lostinn
and he turned to the Vizier and asked, "What sayest thou?"
og hann sneri sér að vezírnum og spurði: "Hvað segir þú?"
"Ought I not to bestow the Princess on one who values her at such a price?"
"Ætti ég ekki að gefa prinsessunni einum sem metur hana á

slíku verði?"
The Vizier wanted her for his own son
Vesírinn vildi hafa hana fyrir eigin son sinn
so he begged the Sultan to withhold her for three months
svo hann bað Sultan að halda henni eftir í þrjá mánuði
perhaps within the time his son would contrive to make a richer present
kannski innan þess tíma sem sonur hans myndi reyna að gera ríkari gjöf
The Sultan granted the wish of his Vizier
Sultan varð við ósk vezírs síns
and he told Aladdin's mother that he consented to the marriage
og hann sagði móður Aladdíns að hann samþykkti hjónabandið
but she was not allowed appear before him again for three months
en hún mátti ekki koma fram fyrir hann aftur í þrjá mánuði
Aladdin waited patiently for nearly three months
Aladdin beið þolinmóður í næstum þrjá mánuði
after two months had elapsed his mother went to go to the market
eftir að tveir mánuðir voru liðnir fór móðir hans að fara á markaðinn
she was going into the city to buy oil
hún ætlaði inn í borgina að kaupa olíu
when she got to the market she found every one rejoicing
þegar hún kom á markaðinn fann hún alla fagna
so she asked what was going on
svo hún spurði hvað væri í gangi
"Do you not know?" was the answer
"Veistu það ekki?" var svarið
"the son of the Grand Vizier is to marry the Sultan's daughter tonight"
„sonur stórvezírsins á að giftast dóttur sultansins í kvöld"
Breathless, she ran and told Aladdin
Andlaus, hljóp hún og sagði Aladdin það

at first Aladdin was overwhelmed
í fyrstu var Aladdín ofviða
but then he thought of the magic lamp and rubbed it
en svo hugsaði hann um töfralampann og nuddaði hann
once again the genie appeared out of the lamp
enn og aftur birtist andinn út úr lampanum
"What is thy will?" asked the genie
"Hver er vilji þinn?" spurði andinn
"The Sultan, as thou knowest, has broken his promise to me"
"Sultaninn, eins og þú veist, hefur rofið loforð sitt við mig"
"the Vizier's son is to have the Princess"
„Sonur vezírsins á að eignast prinsessuna"
"My command is that tonight you bring the bride and bridegroom"
„Mín skipun er að í kvöld komið þið með brúðhjónin"
"Master, I obey," said the genie
„Meistari, ég hlýða," sagði andinn
Aladdin then went to his chamber
Aladdín fór þá til herbergis síns
sure enough, at midnight the genie transported a bed
Jú, á miðnætti flutti andinn rúm
and the bed contained the Vizier's son and the Princess
og rúmið innihélt son vezírsins og prinsessuna
"Take this new-married man, genie," he said
„Taktu þennan nýgifta mann, snillingur," sagði hann
"put him outside in the cold for the night"
"settu hann úti í kuldanum um nóttina"
"then return the couple again at daybreak"
„skila svo hjónunum aftur þegar líður á daginn"
So the genie took the Vizier's son out of bed
Þannig að andinn tók son vezírsins fram úr rúminu
and he left Aladdin with the Princess
og hann skildi Aladdín eftir hjá prinsessunni
"Fear nothing," Aladdin said to her, "you are my wife"
„Óttast ekkert," sagði Aladdin við hana, „þú ert konan mín"
"you were promised to me by your unjust father"
"þér var lofað mér af ranglata föður þínum"

"and no harm shall come to you"
„og þér mun ekkert illt koma"
The Princess was too frightened to speak
Prinsessan var of hrædd til að tala
and she passed the most miserable night of her life
og hún leið ömurlegustu nótt lífs síns
although Aladdin lay down beside her and slept soundly
þó að Aladdín leggist hjá henni og sofi vært
At the appointed hour the genie fetched in the shivering bridegroom
Á tilsettum tíma sótti andinn brúðgumann skjálfandi
he laid him in his place
hann lagði hann í sinn stað
and he transported the bed back to the palace
og hann flutti rúmið aftur í höllina
Presently the Sultan came to wish his daughter good-morning
Nú þegar Sultan kom til að óska dóttur sinni góðan daginn
The unhappy Vizier's son jumped up and hid himself
Sonur hins óhamingjusama vezírs stökk upp og faldi sig
and the Princess would not say a word
og prinsessan vildi ekki segja orð
and she was very sorrowful
og var hún mjög sorgmædd
The Sultan sent her mother to her
Sultan sendi móður sína til hennar
"Why will you not speak to your father, child?"
"Hvers vegna talar þú ekki við föður þinn, barn?"
"What has happened?" she asked
"Hvað hefur gerst?" spurði hún
The Princess sighed deeply
Prinsessan andvarpaði djúpt
and at last she told her mother what had happened
og loks sagði hún móður sinni hvað gerst hafði
she told her how the bed had been carried into some strange house
hún sagði henni hvernig rúmið hefði verið borið inn í eitthvað

undarlegt hús
and she told of what had happened in the house
og sagði hún frá því sem gerst hafði í húsinu
Her mother did not believe her in the least
Móðir hennar trúði henni ekki hið minnsta
and she bade her to consider it an idle dream
og bað hana að telja það aðgerðalausan draum
The following night exactly the same thing happened
Næsta nótt gerðist nákvæmlega það sama
and the next morning the princess wouldn't speak either
og næsta morgun talaði prinsessan ekki heldur
on the Princess's refusal to speak, the Sultan threatened to cut off her head
þegar prinsessan neitaði að tala, hótaði sultaninn að höggva höfuðið af henni
She then confessed all that had happened
Hún játaði síðan allt sem gerst hafði
and she bid him to ask the Vizier's son
og hún bauð honum að spyrja vezírsson
The Sultan told the Vizier to ask his son
Sultan sagði vezírnum að spyrja son sinn
and the Vizier's son told the truth
og sonur vezírsins sagði satt
he added that he dearly loved the Princess
hann bætti við að hann elskaði prinsessuna heitt
"but I would rather die than go through another such fearful night"
"en ég vil frekar deyja en að ganga í gegnum aðra svona hræðilega nótt"
and he wished to be separated from her, which was granted
ok vildi hann skilja við hana, sem veitt var
and then there was an end to the feasting and rejoicing
ok var þá lokið veizlu ok fagnaði
then the three months were over
þá voru þrír mánuðir búnir
Aladdin sent his mother to remind the Sultan of his promise
Aladdín sendi móður sína til að minna sultaninn á loforð sitt

She stood in the same place as before
Hún stóð á sama stað og áður
the Sultan had forgotten Aladdin
Sultan hafði gleymt Aladdín
but at once he remembered him again
en þegar í stað minntist hann hans aftur
and he asked for her to come to him
ok bað hann hana koma til sín
On seeing her poverty the Sultan felt less inclined than ever to keep his word
Þegar sultaninn sá fátækt hennar fannst hann minna hneigður en nokkru sinni fyrr til að standa við orð sín
and he asked his Vizier's advice
ok spurði hann vezírs síns ráða
he counselled him to set a high value on the Princess
hann ráðlagði honum að leggja mikið gildi á prinsessuna
a price so high that no man alive could come afford her
verð svo hátt að enginn maður á lífi gat leyft henni
The Sultan then turned to Aladdin's mother, saying:
Sultan sneri sér þá að móður Aladdíns og sagði:
"Good woman, a Sultan must remember his promises"
"Góð kona, Sultan verður að muna loforð sín"
"and I will remember my promise"
"og ég mun muna loforð mitt"
"but your son must first send me forty basins of gold"
"en sonur þinn verður fyrst að senda mér fjörutíu skál af gulli"
"and the gold basins must be full of jewels"
"og gullskálarnar verða að vera fullar af gimsteinum"
"and they must be carried by forty black camels"
"og þeir verða að vera bornir af fjörutíu svörtum úlfalda"
"and in front of each black camel there is to be a white camel"
"og fyrir framan hvern svartan úlfalda á að vera hvítur úlfaldi"
"and all the camels are to be splendidly dressed"
„Og allir úlfaldarnir skulu vera prýðilega klæddir"
"Tell him that I await his answer"
„Segðu honum að ég bíði svars hans"

The mother of Aladdin bowed low
Móðir Aladdíns hneigði sig lágt
and then she went home
og svo fór hún heim
although she thought all was lost
þó hún héldi að allt væri glatað
She gave Aladdin the message
Hún gaf Aladdín skilaboðin
and she added, "He may wait long enough for your answer!"
og hún bætti við: "Hann gæti beðið nógu lengi eftir svari þínu!"
"Not so long as you think, mother," her son replied
„Ekki svo lengi sem þú heldur, mamma," svaraði sonur hennar
"I would do a great deal more than that for the Princess"
„Ég myndi gera miklu meira en það fyrir prinsessuna"
and he summoned the genie again
og hann kallaði á andann aftur
and in a few moments the eighty camels arrived
og á örfáum augnablikum komu áttatíu úlfaldar
and they took up all space in the small house and garden
og þeir tóku allt pláss í litla húsinu og garðinum
Aladdin made the camels set out to the palace
Aladdín lét úlfaldana fara til hallarinnar
and the camels were followed by his mother
og úlfaldunum fylgdi móðir hans
The camels were very richly dressed
Kameldýrin voru mjög ríkulega klædd
and splendid jewels were on the girdles of the camels
og glæsilegir skartgripir voru á belti úlfaldanna
and everyone crowded around to see the camels
og allir hópuðust til að sjá úlfaldana
and they saw the basins of gold the camels carried on their backs
og þeir sáu gullskálarnar sem úlfaldarnir báru á bakinu
They entered the palace of the Sultan
Þeir gengu inn í höll Sultansins

and the camels kneeled before him in a semi circle
og úlfaldarnir krupu fyrir honum í hálfhring
and Aladdin's mother presented the camels to the Sultan
og móðir Aladdíns færði sultaninum úlfaldana
He hesitated no longer, but said:
Hann hikaði ekki lengur, heldur sagði:
"Good woman, return to your son"
"Góð kona, farðu aftur til sonar þíns"
"tell him that I wait for him with open arms"
"segðu honum að ég bíði hans með opnum örmum"
She lost no time in telling Aladdin
Hún tapaði engum tíma í að segja Aladdin frá
and she bid him to make haste
og bauð hún honum að flýta sér
But Aladdin first called for the genie
En Aladdin kallaði fyrst eftir snillingnum
"I want a scented bath," he said
„Mig langar í ilmandi bað," sagði hann
"and I want a horse more beautiful than the Sultan's"
"Og ég vil hafa hest fallegri en sultaninn"
"and I want twenty servants to attend to me"
"og ég vil að tuttugu þjónar sjái um mig"
"and I also want six beautifully dressed servants to wait on my mother"
„Og ég vil líka að sex fallega klæddir þjónar biði eftir mömmu"
"and lastly, I want ten thousand pieces of gold in ten purses"
„Og að lokum vil ég tíu þúsund stykki af gulli í tíu veski"
No sooner had he said what he wanted and it was done
Ekki fyrr hafði hann sagt það sem hann vildi og það var gert
Aladdin mounted his beautiful horse
Aladdín steig á fallega hestinn sinn
and he passed through the streets
og hann fór um göturnar
the servants cast gold into the crowd as they went
þjónarnir köstuðu gulli í mannfjöldann þegar þeir fóru
Those who had played with him in his childhood knew him

not
Þeir sem höfðu leikið við hann í æsku þekktu hann ekki
he had grown very handsome
hann var orðinn mjög myndarlegur
When the Sultan saw him he came down from his throne
Þegar Sultan sá hann, kom hann niður af hásæti sínu
he embraced his new son-in-law with open arms
hann faðmaði nýjan tengdason sinn opnum örmum
and he led him into a hall where a feast was spread
og leiddi hann inn í sal þar sem veisla var haldin
he intended to marry him to the Princess that very day
hann ætlaði að gifta hann prinsessunni um daginn
But Aladdin refused to marry straight away
En Aladdin neitaði að giftast strax
"first I must build a palace fit for the princess"
„fyrst verð ég að byggja höll sem hentar prinsessunni"
and then he took his leave
ok þá tók hann orlof
Once home, he said to the genie:
Þegar hann var kominn heim sagði hann við andann:
"Build me a palace of the finest marble"
"Bygðu mér höll úr fínasta marmara"
"set the palace with jasper, agate, and other precious stones"
"settu höllina með jaspis, agati og öðrum gimsteinum"
"In the middle of the palace you shall build me a large hall with a dome"
"Í miðri höllinni skalt þú byggja mér stóran sal með hvelfingu"
"the four walls of the hall will be of masses of gold and silver"
„fjórir veggir salarins verða úr fjöldamörgum gulli og silfri"
"and each wall will have six windows"
"og hver vegg mun hafa sex glugga"
"and the lattices of the windows will be set with precious jewels"
"og grindurnar á gluggunum verða settar dýrmætum skartgripum"
"but there must be one window that is not decorated"

"en það verður að vera einn gluggi sem er ekki skreyttur"
"go see that it gets done!"
"farðu og sjáðu að það verði gert!"
The palace was finished by the next day
Höllin var fullgerð daginn eftir
the genie carried him to the new palace
andinn bar hann til nýju hallarinnar
and he showed him how all his orders had been faithfully carried out
og sýndi honum hvernig allar skipanir hans höfðu verið framkvæmdar af trúmennsku
even a velvet carpet had been laid from Aladdin's palace to the Sultan's
meira að segja búið var að leggja flauelsteppi frá höll Aladdíns til Sultans
Aladdin's mother then dressed herself carefully
Móðir Aladdíns klæddi sig svo vandlega
and she walked to the palace with her servants
og hún gekk til hallarinnar með þjónum sínum
and Aladdin followed her on horseback
og Aladdín fylgdi henni á hestbaki
The Sultan sent musicians with trumpets and cymbals to meet them
Sultan sendi tónlistarmenn með básúna og skámbala á móti þeim
so the air resounded with music and cheers
svo loftið ómaði af tónlist og fagnaðarlæti
She was taken to the Princess, who saluted her
Hún var færð til prinsessunnar sem heilsaði henni
and she treated her with great honour
og kom hún fram við hana með miklum sóma
At night the Princess said good-bye to her father
Á kvöldin kvaddi prinsessan föður sinn
and she set out on the carpet for Aladdin's palace
og hún lagði af stað á teppið til Aladdíns hallar
his mother was at her side
móðir hans var við hlið hennar

and they were followed by their entourage of servants
og þeim fylgdi þjónn þeirra fylgdarlið
She was charmed at the sight of Aladdin
Hún heillaðist við að sjá Aladdín
and Aladdin ran to receive her into the palace
og Aladdín hljóp til að taka á móti henni inn í höllina
"Princess," he said, "blame your beauty for my boldness"
„Prinsessa," sagði hann, „kenndu fegurð þinni um áræðni mína"
"I hope I have not displeased you"
"Ég vona að ég hafi ekki mislíkað þig"
she said she willingly obeyed her father in this matter
kvaðst hún fúslega hlýða föður sínum í þessu máli
because she had seen that he is handsome
því hún hafði séð að hann er myndarlegur
After the wedding had taken place Aladdin led her into the hall
Eftir að brúðkaupið hafði átt sér stað leiddi Aladdín hana inn í salinn
a great feast was spread out in the hall
var veizla mikil í salnum
and she supped with him
og hún borðaði með honum
after eating they danced till midnight
eftir að hafa borðað var dansað til miðnættis
The next day Aladdin invited the Sultan to see the palace
Daginn eftir bauð Aladdín sultaninum að skoða höllina
they entered the hall with the four-and-twenty windows
þeir gengu inn í forstofuna með fjórum og tuttugu gluggunum
the windows were decorated with rubies, diamonds, and emeralds
gluggarnir voru skreyttir rúbínum, demöntum og smaragði
he cried, "The palace is one of the wonders of the world!"
hrópaði hann: "Höllin er eitt af undrum veraldar!"
"There is only one thing that surprises me"
„Það er bara eitt sem kemur mér á óvart"
"Was it by accident that one window was left unfinished?"

"Var það fyrir tilviljun að einn gluggi var skilinn eftir ókláraður?"
"No, sir, it was done so by design," replied Aladdin
„Nei, herra, það var gert með teikningum," svaraði Aladdin
"I wished your Majesty to have the glory of finishing this palace"
„Ég óskaði þess að yðar hátign fengi þá dýrð að klára þessa höll"
The Sultan was pleased to be given this honour
Sultan var ánægður með að vera veittur þennan heiður
and he sent for the best jewellers in the city
og hann sendi eftir bestu skartgripamönnum í borginni
He showed them the unfinished window
Hann sýndi þeim ókláraðan gluggann
and he bade them to decorate the window like the others
og bað þá skreyta gluggann eins og hina
"Sir," replied their spokesman
„Herra," svaraði talsmaður þeirra
"we cannot find enough jewels"
„við getum ekki fundið nóg af skartgripum"
so the Sultan had his own jewels fetched
svo Sultan lét sækja sína eigin skartgripi
but those jewels were soon used up too
en þessir skartgripir voru fljótt uppurnir líka
even after a month's time the work was not half done
jafnvel eftir mánuð var verkið ekki hálfnað
Aladdin knew that their task was impossible
Aladdin vissi að verkefni þeirra var ómögulegt
he bade them to undo their work
hann bauð þeim að hætta verki sínu
and he bade them to carry the jewels back
og bað þá að bera skartgripina aftur
the genie finished the window at his command
andinn kláraði gluggann að hans stjórn
The Sultan was surprised to receive his jewels again
Sultan var hissa á að fá skartgripi sína aftur
he visited Aladdin, who showed him the finished window

hann heimsótti Aladdin, sem sýndi honum fullbúna gluggann
and the Sultan embraced his son in law
og Sultan faðmaði tengdason sinn
meanwhile, the envious Vizier suspected the work of enchantment
á meðan grunaði hinn öfundsjúki vezír um töfraverkið
Aladdin had won the hearts of the people by his gentle manner
Aladdín hafði unnið hjörtu fólksins með hógværð sinni
He was made captain of the Sultan's armies
Hann var gerður að herforingja hersúltans
and he won several battles for his army
og vann hann nokkrar orrustur fyrir her sinn
but he remained as modest and courteous as before
en hann hélst jafn hófsamur og kurteis sem áður
in this way he lived in peace and content for several years
þannig lifði hann í friði og sátt í nokkur ár
But far away in Africa the magician remembered Aladdin
En langt í burtu í Afríku mundi töframaðurinn eftir Aladdín
and by his magic arts he discovered Aladdin hadn't perished in the cave
og með töfralistum sínum uppgötvaði hann að Aladdin hafði ekki farist í hellinum
but instead of perishing, he had escaped and married the princess
en í stað þess að farast hafði hann sloppið og kvænst prinsessunni
and now he was living in great honour and wealth
ok nú lifði hann í mikilli sæmd ok ríkidæmi
He knew that the poor tailor's son could only have accomplished this by means of the magic lamp
Hann vissi að veslings klæðskerasonurinn hefði aðeins getað gert þetta með töfralampanum
and he travelled night and day until he reached the city
og hann ferðaðist nótt og dag þar til hann kom til borgarinnar
he was bent on making sure of Aladdin's ruin
hann ætlaði að ganga úr skugga um eyðileggingu Aladdíns

As he passed through the town he heard people talking
Þegar hann fór um bæinn heyrði hann fólk tala
all they could talk about was the marvellous palace
allt sem þeir gátu talað um var stórkostlega höllin
"Forgive my ignorance," he asked
„Fyrirgefðu fáfræði mína," spurði hann
"what is this palace you speak of?"
"hvað er þessi höll sem þú talar um?"
"Have you not heard of Prince Aladdin's palace?" was the reply
"Hefurðu ekki heyrt um höll Aladdíns prins?" var svarið
"the palace is one of the greatest wonders of the world"
"Höllin er eitt af stærstu undrum veraldar"
"I will direct you to the palace, if you would like to see it"
„Ég mun vísa þér í höllina, ef þú vilt sjá hana"
The magician thanked him for bringing him to the palace
Töframaðurinn þakkaði honum fyrir að koma með hann í höllina
and having seen the palace, he knew that it had been built by the Genie of the Lamp
og eftir að hafa séð höllina vissi hann að hún hafði verið reist af snillingi lampans
this made him half mad with rage
þetta gerði hann hálfvita af reiði
He was determined to get hold of the magic lamp
Hann var staðráðinn í að ná í töfralampann
and he was going to plunge Aladdin into the deepest poverty again
og hann ætlaði aftur að sökkva Aladdín niður í hina dýpstu fátækt
Unluckily, Aladdin had gone on a hunting trip for eight days
Því miður hafði Aladdin farið í veiðiferð í átta daga
this gave the magician plenty of time
þetta gaf töframanninum góðan tíma
He bought a dozen copper lamps
Hann keypti tugi koparlampa

and he put the copper lamps into a basket
og hann setti koparlampana í körfu
and then he went to the palace
ok síðan fór hann til hallarinnar
"New lamps for old lamps!" he exclaimed
"Nýir lampar fyrir gamla lampa!" hrópaði hann
and he was followed by a jeering crowd
og honum fylgdi gysandi mannfjöldi
The Princess was sitting in the hall of four-and-twenty windows
Prinsessan sat í salnum með fjögurra og tuttugu gluggum
she sent a servant to find out what the noise was about
hún sendi þjón til að vita hvað hávaðinn var um
the servant came back laughing so much that the Princess scolded her
þjónninn kom aftur hlæjandi svo mikið að prinsessan skammaði hana
"Madam," replied the servant
„Frú," svaraði þjónninn
"who can help but laughing when you see such a thing?"
"hver getur annað en hlegið þegar þú sérð slíkt?"
"an old fool is offering to exchange fine new lamps for old lamps"
"gamalt fífl býðst til að skipta nýjum og fínum lömpum út fyrir gamla lampa"
Another servant, hearing this, spoke up
Annar þjónn, sem heyrði þetta, tók til máls
"There is an old lamp on the cornice which he can have"
„Það er gamall lampi á skarðinu sem hann má eiga"
this, of course, was the magic lamp
þetta var auðvitað töfralampinn
Aladdin had left the magic lamp there, as he could not take it with him
Aladdin hafði skilið töfralampann eftir þar, þar sem hann gat ekki tekið hann með sér
The Princess didn't know know the lamp's value
Prinsessan vissi ekki um gildi lampans

laughingly, she bade the servant to exchange the magic lamp
hlæjandi bað hún þjóninn að skipta um töfralampann
the servant took the lamp to the magician
þjónninn fór með lampann til töframannsins
"Give me a new lamp for this lamp," she said
„Gefðu mér nýjan lampa fyrir þennan lampa," sagði hún
He snatched the lamp and bade the servant to pick another lamp
Hann hrifsaði lampann og bað þjóninn að velja annan lampa
and the entire crowd jeered at the sight
og allur mannfjöldinn hló við þetta
but the magician cared little for the crowd
en töframaðurinn kærði sig lítið um mannfjöldann
he left the crowd with the magic lamp he had set out to get
hann yfirgaf mannfjöldann með töfralampann sem hann hafði ætlað að ná í
and he went out of the city gates to a lonely place
og hann fór út um borgarhliðin á einmana stað
there he remained till nightfall
þar dvaldist hann fram á nótt
and at nightfall he pulled out the magic lamp and rubbed it
og um kvöldið dró hann fram galdralampann og nuddaði hann
The genie appeared to the magician
Andinn birtist töframanninum
and the magician made his command to the genie
og töframaðurinn skipaði andanum
"carry me, the princess, and the palace to a lonely place in Africa"
"Færðu mig, prinsessuna og höllina á einmana stað í Afríku"
Next morning the Sultan looked out of the window toward Aladdin's palace
Næsta morgun leit sultaninn út um gluggann í átt að höll Aladdíns
and he rubbed his eyes when he saw the palace was gone
og hann nuddaði augun þegar hann sá að höllin var horfin
He sent for the Vizier and asked what had become of the

palace
Hann sendi eftir vezírnum og spurði hvað orðið hefði af höllinni
The Vizier looked out too, and was lost in astonishment
Vesírinn leit líka út og var undrandi
He again put the events down to enchantment
Hann setti atburðina aftur niður til töfra
and this time the Sultan believed him
og í þetta sinn trúði Sultan honum
he sent thirty men on horseback to fetch Aladdin in chains
sendi hann þrjá tigu manna á hestbak til að sækja Aladdín í hlekkjum
They met him riding home
Þeir hittu hann hjólandi heim
they bound him and forced him to go with them on foot
þeir bundu hann og neyddu hann til að fara fótgangandi með sér
The people, however, who loved him, followed them to the palace
Fólkið, sem elskaði hann, fylgdi því hins vegar til hallarinnar
they would make sure that he came to no harm
þeir mundu sjá til þess, að hann kæmi ekki til ills
He was carried before the Sultan
Hann var borinn fyrir Sultan
and the Sultan ordered the executioner to cut off his head
og sultaninn skipaði böðlinum að skera höfuðið af honum
The executioner made Aladdin kneel down before a block of wood
Böðullinn lét Aladdin krjúpa niður fyrir viðarblokk
he bandaged his eyes so that he could not see
hann bandaði augun svo að hann sá ekki
and he raised his scimitar to strike
ok reisti hann scimitarinn til höggs
At that instant the Vizier saw the crowd had forced their way into the courtyard
Á sama augnabliki sá vezírinn að mannfjöldinn hafði þröngvað sér inn í garðinn

they were scaling the walls to rescue Aladdin
þeir voru að stækka veggina til að bjarga Aladdín
so he called to the executioner to halt
svo hann kallaði á böðulinn að hætta
The people, indeed, looked so threatening that the Sultan gave way
Fólkið virtist svo ógnandi að Sultan lét undan
and he ordered Aladdin to be unbound
og hann skipaði Aladdín að vera óbundinn
he pardoned him in the sight of the crowd
hann fyrirgaf honum í augsýn mannfjöldans
Aladdin now begged to know what he had done
Aladdín bað nú að vita hvað hann hefði gert
"False wretch!" said the Sultan, "come thither"
"Falskur aumingi!" sagði sultaninn, "komdu þangað"
he showed him from the window the place where his palace had stood
hann sýndi honum úr glugganum stað þar sem höll hans hafði staðið
Aladdin was so amazed that he could not say a word
Aladdin var svo undrandi að hann gat ekki sagt orð
"Where are my palace and my daughter?" demanded the Sultan
"Hvar eru höllin mín og dóttir mín?" krafðist Sultan
"For the palace I am not so deeply concerned"
„Ég hef ekki svo miklar áhyggjur af höllinni"
"but my daughter I must have"
"en ég hlýt að eiga dóttur mína"
"and you must find her, or lose your head"
"og þú verður að finna hana, eða missa höfuðið"
Aladdin begged to be granted forty days in which to find her
Aladdin bað um að fá fjörutíu daga til að finna hana
he promised that if he failed he would return
hann lofaði því að ef hann mistókst myndi hann snúa aftur
and on his return he would suffer death at the Sultan's pleasure

og við heimkomuna myndi hann líða dauða að vild Sultanans
His prayer was granted by the Sultan
Sultan veitti bæn hans
and he went forth sadly from the Sultan's presence
og hann fór dapur fram úr návist Sultanans
For three days he wandered about like a madman
Í þrjá daga gekk hann um eins og brjálæðingur
he asked everyone what had become of his palace
hann spurði alla, hvað orðið hefði af höll hans
but they only laughed and pitied him
en þeir hlógu bara og vorkenndu honum
He came to the banks of a river
Hann kom að bökkum árinnar
he knelt down to say his prayers before throwing himself in
hann kraup niður til að fara með bænir sínar áður en hann kastaði sér inn
In so doing he rubbed the magic ring he still wore
Þar með nuddaði hann töfrahringinn sem hann bar enn
The genie he had seen in the cave appeared
Andinn sem hann hafði séð í hellinum birtist
and he asked him what his will was
ok spurði hann hvern vilja hans væri
"Save my life, genie," said Aladdin
"Bjargaðu lífi mínu, snillingur," sagði Aladdin
"bring my palace back"
„kom með höllina mína aftur"
"That is not in my power," said the genie
„Það er ekki á mínu valdi," sagði andinn
"I am only the Slave of the Ring"
„Ég er aðeins þræll hringsins"
"you must ask him for the magic lamp"
„þú verður að biðja hann um töfralampann"
"that might be true," said Aladdin
"Það gæti verið satt," sagði Aladdin
"but thou canst take me to the palace"
"en þú getur farið með mig í höllina"
"set me down under my dear wife's window"

"settu mig undir gluggann hennar kæru konu minnar"
He at once found himself in Africa
Hann fann sig strax í Afríku
he was under the window of the Princess
hann var undir glugganum á prinsessunni
and he fell asleep out of sheer weariness
og hann sofnaði af einskærri þreytu
He was awakened by the singing of the birds
Hann var vakinn við söng fuglanna
and his heart was lighter than it was before
og hjarta hans var léttara en áður var
He saw that all his misfortunes were due to the loss of the magic lamp
Hann sá að allar ófarir hans voru vegna taps töfralampans
and he vainly wondered who had robbed him of his magic lamp
og hann furðaði sig á því hver hefði rænt hann töfralampanum sínum
That morning the Princess rose earlier than she normally
Þann morgun reis prinsessan fyrr en hún venjulega
once a day she was forced to endure the magicians company
einu sinni á dag neyddist hún til að þola félagsskap töframannanna
She, however, treated him very harshly
Hún kom hins vegar mjög harkalega fram við hann
so he dared not live with her in the palace
svo hann þorði ekki að búa með henni í höllinni
As she was dressing, one of her women looked out and saw Aladdin
Þegar hún var að klæða sig, leit ein af konunum hennar út og sá Aladdin
The Princess ran and opened the window
Prinsessan hljóp og opnaði gluggann
at the noise she made Aladdin looked up
við hávaðann sem hún lét Aladdín leit upp
She called to him to come to her
Hún kallaði á hann að koma til sín

it was a great joy for the lovers to see each other again
það var mikil gleði fyrir elskendurna að hittast aftur
After he had kissed her Aladdin said:
Eftir að hann hafði kysst hana sagði Aladdin:
"I beg of you, Princess, in God's name"
„Ég bið þig, prinsessa, í guðs nafni"
"before we speak of anything else"
"áður en við tölum um eitthvað annað"
"for your own sake and mine"
"yðar og mínar vegna"
"tell me what has become of the old lamp"
"segðu mér hvað hefur orðið af gamla lampanum"
"I left the lamp on the cornice in the hall of four-and-twenty windows"
„Ég skildi eftir lampann á skarðinu í forstofu fjögurra og tuttugu glugganna"
"Alas!" she said, "I am the innocent cause of our sorrows"
"Vei!" hún sagði: "Ég er saklaus orsök sorgar okkar"
and she told him of the exchange of the magic lamp
og hún sagði honum frá skiptum á töfralampanum
"Now I know," cried Aladdin
„Nú veit ég það," hrópaði Aladdín
"we have to thank the magician for this!"
"við verðum að þakka töframanninum fyrir þetta!"
"Where is the magic lamp?"
"Hvar er töfralampinn?"
"He carries the lamp about with him," said the Princess
"Hann ber lampann með sér," sagði prinsessan
"I know he carries the lamp with him"
„Ég veit að hann ber lampann með sér"
"because he pulled the lamp out of his breast pocket to show me"
„vegna þess að hann dró lampann upp úr brjóstvasanum til að sýna mér"
"and he wishes me to break my faith with you and marry him"
"og hann vill að ég rjúfi trú mína við þig og giftist honum"

"and he said you were beheaded by my father's command"
"og hann sagði að þú værir hálshöggvinn eftir skipun föður míns"
"He is always speaking ill of you"
„Hann er alltaf að tala illa um þig"
"but I only reply with my tears"
"en ég svara bara með tárunum mínum"
"If I can persist, I doubt not"
„Ef ég get haldið áfram efast ég ekki"
"but he will use violence"
„en hann mun beita ofbeldi"
Aladdin comforted his wife
Aladdín huggaði konu sína
and he left her for a while
og hann fór frá henni um stund
He changed clothes with the first person he met in town
Hann skipti um föt með fyrsta manneskjunni sem hann hitti í bænum
and having bought a certain powder, he returned to the Princess
og eftir að hafa keypt púður, sneri hann aftur til prinsessunnar
the Princess let him in by a little side door
prinsessan hleypti honum inn um litla hliðardyr
"Put on your most beautiful dress," he said to her
"Farðu í fallegasta kjólnum þínum," sagði hann við hana
"receive the magician with smiles today"
"Taka á móti töframanninum brosandi í dag"
"lead him to believe that you have forgotten me"
"Láttu hann trúa því að þú hafir gleymt mér"
"Invite him to sup with you"
"Bjóddu honum að borða með þér"
"and tell him you wish to taste the wine of his country"
"og segðu honum að þú viljir smakka vín lands síns"
"He will be gone for some time"
„Hann verður farinn í einhvern tíma"
"while he is gone I will tell you what to do"
"Á meðan hann er farinn mun ég segja þér hvað þú átt að

gera"
She listened carefully to Aladdin
Hún hlustaði vandlega á Aladdín
and when he left she arrayed herself beautifully
og þegar hann fór, skreytti hún sig fallega
she hadn't dressed like this since she had left her city
hún hafði ekki klætt sig svona síðan hún hafði yfirgefið borgina sína
She put on a girdle and head-dress of diamonds
Hún setti á sig belti og höfuðklæði úr demöntum
she was more beautiful than ever
hún var fallegri en nokkru sinni fyrr
and she received the magician with a smile
og hún tók á móti töframanninum með bros á vör
"I have made up my mind that Aladdin is dead"
„Ég hef gert upp við mig að Aladdin sé dáinn"
"my tears will not bring him back to me"
„Tár mín munu ekki koma honum aftur til mín"
"so I am resolved to mourn no more"
„svo ég er staðráðinn í að syrgja ekki lengur"
"therefore I invite you to sup with me"
"þess vegna býð ég þér að borða með mér"
"but I am tired of the wines we have"
"en ég er þreyttur á vínunum sem við höfum"
"I would like to taste the wines of Africa"
„Mig langar að smakka vín Afríku"
The magician ran to his cellar
Töframaðurinn hljóp í kjallarann sinn
and the Princess put the powder Aladdin had given her in her cup
og prinsessan setti duftið sem Aladdín hafði gefið henni í bollann sinn
When he returned she asked him to drink to her health
Þegar hann kom aftur bað hún hann að drekka sér til heilsubótar
and she handed him her cup in exchange for his
og hún rétti honum bikarinn sinn í skiptum fyrir sinn

this was done as a sign to show she was reconciled to him
þetta var gert til marks um að hún væri sátt við hann
Before drinking the magician made her a speech
Áður en hann drakk hélt töframaðurinn ræðu fyrir hana
he wanted to praise her beauty
hann vildi lofa fegurð hennar
but the Princess cut him short
en prinsessan stytti hann
"Let us drink first"
„Við skulum drekka fyrst"
"and you shall say what you will afterwards"
"og þú skalt segja það sem þú vilt síðan"
She set her cup to her lips and kept it there
Hún lagði bikarinn að vörum sér og hélt honum þar
the magician drained his cup to the dregs
töframaðurinn tæmdi bikarinn sinn niður í drulluna
and upon finishing his drink he fell back lifeless
og þegar hann hafði lokið við drykkinn féll hann aftur líflaus
The Princess then opened the door to Aladdin
Prinsessan opnaði þá dyrnar fyrir Aladdín
and she flung her arms round his neck
og hún lagði handleggina um háls hans
but Aladdin asked her to leave him
en Aladdín bað hana að fara frá sér
there was still more to be done
það var enn meira að gera
He then went to the dead magician
Hann fór þá til dauða galdramannsins
and he took the lamp out of his vest
og hann tók lampann úr vestinu sínu
he bade the genie to carry the palace back
hann bað andann að bera höllina aftur
the Princess in her chamber only felt two little shocks
Prinsessan í herberginu sínu fann aðeins fyrir tveimur litlum áföllum
in little time she was at home again
á stuttum tíma var hún heima aftur

The Sultan was sitting on his balcony
Sultan sat á svölunum sínum
he was mourning for his lost daughter
hann syrgði týnda dóttur sína
he looked up and had to rub his eyes again
hann leit upp og varð að nudda augun aftur
the palace stood there as it had before
þar stóð höllin eins og áður hafði verið
He hastened over to the palace to see his daughter
Hann flýtti sér yfir í höllina til að sjá dóttur sína
Aladdin received him in the hall of the palace
Aladdín tók á móti honum í sal hallarinnar
and the princess was at his side
og prinsessan var við hlið hans
Aladdin told him what had happened
Aladdin sagði honum hvað hefði gerst
and he showed him the dead body of the magician
og hann sýndi honum lík töframannsins
so that the Sultan would believe him
svo að Sultan trúi honum
A ten days' feast was proclaimed
Boðað var yfir tíu daga veislu
and it seemed as if Aladdin might now live the rest of his life in peace
og það virtist sem Aladdín gæti nú lifað í friði það sem eftir er af lífi sínu
but his life was not to be as peaceful as he had hoped
en líf hans átti ekki að verða eins friðsælt og hann hafði vonast til
The African magician had a younger brother
Afríski töframaðurinn átti yngri bróður
he was maybe even more wicked and cunning than his brother
hann var kannski enn vondari og slægari en bróðir hans
He travelled to Aladdin to avenge his brother's death
Hann ferðaðist til Aladdíns til að hefna dauða bróður síns
he went to visit a pious woman called Fatima

hann fór að heimsækja guðrækna konu sem Fatima heitir
he thought she might be of use to him
hann hélt að hún gæti komið sér að góðum notum
He entered her cell and put a dagger to her breast
Hann fór inn í klefa hennar og stakk rýtingi á brjóst hennar
then he told her to rise and do his bidding
þá sagði hann henni að rísa upp og gera sitt boð
and if she didn't he said he would kill her
og ef hún gerði það ekki sagðist hann drepa hana
He changed his clothes with her
Hann skipti um föt við hana
and he coloured his face like hers
og hann litaði andlit sitt eins og hennar
he put on her veil so that he looked just like her
hann setti á hana blæjuna svo að hann líktist henni
and finally he murdered her despite her compliance
og að lokum myrti hann hana þrátt fyrir að hún hefði farið eftir því
so that she could tell no tales
svo að hún gæti engar sögur sagt
Then he went towards the palace of Aladdin
Síðan fór hann í átt að höll Aladdíns
all the people thought he was the holy woman
allt fólk hélt að hann væri hin heilaga kona
they gathered round him to kiss his hands
þeir söfnuðust í kringum hann til að kyssa hendur hans
and they begged for his blessing
ok báðu þeir blessunar hans
When he got to the palace there was a great commotion around him
Þegar hann kom að höllinni var mikil læti í kringum hann
the princess wanted to know what all the noise was about
prinsessan vildi vita um hvað allur hávaðinn snerist
so she bade her servant to look out of the window
svo bað hún þjón sinn að líta út um gluggann
and her servant asked what the noise was all about
og þjónn hennar spurði hvað hljóðið væri

she found out it was the holy woman causing the commotion
hún komst að því að það var heilaga konan sem olli lætin
she was curing people of their ailments by touching them
hún var að lækna fólk af kvillum þeirra með því að snerta það
the Princess had long desired to see Fatima
prinsessan hafði lengi langað til að hitta Fatimu
so she got her servant to ask her into the palace
svo hún fékk þjón sinn til að biðja hana inn í höllina
and the false Fatima accepted the offer into the palace
og hin falska Fatima þáði boðið inn í höllina
the magician offered up a prayer for her health and prosperity
töframaðurinn fór með bæn fyrir heilsu hennar og velmegun
the Princess made him sit by her
prinsessan lét hann sitja hjá sér
and she begged him to stay with her
og hún bað hann að vera hjá sér
The false Fatima wished for nothing better
Hin falska Fatima óskaði sér ekkert betra
and she consented to the princess' wish
og hún féllst á ósk prinsessunnar
but he kept his veil down
en hann hélt slæðunni niðri
because he knew that he would be discovered otherwise
því hann vissi að hann myndi uppgötvast ella
The Princess showed him the hall
Prinsessan sýndi honum salinn
and she asked him what he thought of the hall
ok spurði hún hann, hvat honum þætti um salinn
"It is a truly beautiful hall," said the false Fatima
„Þetta er sannarlega fallegur salur," sagði hin fölsku Fatima
"but in my mind your palace still wants one thing"
"en í mínum huga vill höllin þín samt eitt"
"And what is it that my palace is missing?" asked the Princess
"Og hvað er það sem höllina mína vantar?" spurði prinsessan
"If only a Roc's egg were hung up from the middle of this

dome"
„Ef aðeins Roc's egg væri hengt upp úr miðju þessari hvelfingu"
"then your palace would be the wonder of the world," he said
„þá væri höll þín undur veraldar," sagði hann
After this the Princess could think of nothing but the Roc's egg
Eftir þetta gat prinsessunni ekkert hugsað um annað en Roc-eggið
when Aladdin returned from hunting he found her in a very ill humour
þegar Aladdin kom aftur úr veiði fann hann hana í mjög illan húmor
He begged to know what was amiss
Hann bað um að vita hvað væri að
and she told him what had spoiled her pleasure
og hún sagði honum hvað hafði spillt ánægju hennar
"I'm made miserable for the want of a Roc's egg"
„Mér er gert ömurlegt vegna skorts á Roc's eggi"
"If that is all you want you shall soon be happy," replied Aladdin
"Ef það er allt sem þú vilt muntu verða hamingjusamur bráðum," svaraði Aladdín
he left her and rubbed the lamp
hann yfirgaf hana og nuddaði lampann
when the genie appeared he commanded him to bring a Roc's egg
þegar andinn birtist skipaði hann honum að koma með Roc's egg
The genie gave such a loud and terrible shriek that the hall shook
Andinn gaf frá sér svo hátt og hræðilegt öskur að salurinn skalf
"Wretch!" he cried, "is it not enough that I have done everything for you?"
"Villa!" hrópaði hann, "er ekki nóg að ég hafi gert allt fyrir

þig?"
"but now you command me to bring my master"
"en nú býður þú mér að koma með húsbónda minn"
"and you want me to hang him up in the midst of this dome"
"og þú vilt að ég hengi hann upp í miðri hvelfingu"
"You and your wife and your palace deserve to be burnt to ashes"
"Þú og konan þín og höll þín eigið skilið að vera brennd til ösku"
"but this request does not come from you"
"en þessi beiðni kemur ekki frá þér"
"the demand comes from the brother of the magician"
"krafan kemur frá bróður töframannsins"
"the magician whom you have destroyed"
"töframaðurinn sem þú hefur eytt"
"He is now in your palace disguised as the holy woman"
„Hann er nú í höll þinni dulbúinn sem heilög kona"
"the real holy woman he has already murdered"
„hin sanna heilaga kona sem hann hefur þegar myrt"
"it was him who put that wish into your wife's head"
"Það var hann sem setti þessa ósk í höfuðið á konunni þinni"
"Take care of yourself, for he means to kill you"
„Gættu að sjálfum þér, því hann vill drepa þig"
upon saying this, the genie disappeared
við að segja þetta hvarf andinn
Aladdin went back to the Princess
Aladdin fór aftur til prinsessunnar
he told her that his head ached
hann sagði henni að hann hefði verkjað í hausnum
so she requested the holy Fatima to be fetched
svo bað hún hina helgu Fatimu að hún yrði sótt
she could lay her hands on his head
hún gat lagt hendurnar á höfuðið á honum
and his headache would be cured by her powers
og höfuðverkur hans yrði læknaður af krafti hennar
when the magician came near Aladdin seized his dagger
þegar töframaðurinn kom nálægt greip Aladdín rýtinginn

hans
and he pierced him in the heart
og hann stakk hann í hjartað
"What have you done?" cried the Princess
"Hvað hefurðu gert?" hrópaði prinsessan
"You have killed the holy woman!"
"Þú hefur drepið hina helgu konu!"
"It is not so," replied Aladdin
„Það er ekki svo," svaraði Aladdin
"I have killed a wicked magician"
„Ég hef drepið vondan töframann"
and he told her of how she had been deceived
og hann sagði henni hvernig hún hefði verið svikin
After this Aladdin and his wife lived in peace
Eftir þetta lifðu Aladdín og kona hans í friði
He succeeded the Sultan when he died
Hann tók við af Sultan þegar hann lést
he reigned over the kingdom for many years
hann ríkti yfir ríkinu í mörg ár
and he left behind him a long lineage of kings
og lét hann eftir sig langa ætt konunga

        The End
        Endirinn

www.ingramcontent.com/pod-product-compliance
Lightning Source LLC
Chambersburg PA
CBHW012010090526
44590CB00026B/3960